LEARN TELUGU FOR KIDS

Telugu First Words Book For Developing A Bilingual Child

TINY TALKS
PUBLISHING

Dedicated to Samm & Hunter

GREETINGS | స్వాగతం | SWAAGATAM

Hello

నమస్తే

NAMASTE

Goodbye

వీడ్కోలు

VEEDKOLU

Good Morning

శుభోదయం

SUBHODAYAM

Good Night

శుభరాత్రి

SHUBHARATRI

Thank You

ధన్యవాదాలు

DHANYAVAADALU

Sorry

క్షమించండి

KSHAMINCHANDI

Welcome

స్వాగతం

SWAAGATAM

FAMILY | కుటుంబం | KUTUMBAM

Father

తండ్రి

TANDRI

Mother

తల్లి

TAALLI

Grandfather

తాతయ్య

TAATAYYA

Grandmother

అమ్మమ్మ

AMMAMMA

Older Brother

అన్నయ్య

ANNAYA

Older Sister

అక్క

AKKA

Baby

బాబు

BABU

FAMILY | కుటుంబం | KUTUMBAM

Younger Brother

తమ్ముడు

TAMMUDU

Younger Sister

చెల్లి

CHELLI

Cousin

కజిన్

KAJIN

Uncle

మామ

MAAMA

Aunt

అత్త

ATTA

Family

కుటుంబం

KUTUMBAM

COLORS | రంగులు | RANGULU

Red

ఎరుపు రంగు
ERUPU RANGU

Blue

నీలం రంగు
NEELAM RANGU

Green

ఆకుపచ్చ రంగు
AAKUPACHA RANGU

Yellow

పసుపు రంగు
PASUPU RANGU

Pink

గులాబీ రంగు
GULAABI RANGU

Orange

నారింజ రంగు
NARINJA RANGU

COLORS | రంగులు | RANGULU

Purple

ఊదా రంగు

UDAA RANGU

Brown

గోధుమ రంగు

GODHUMA RANGU

Black

నలుపు రంగు

NALLA RANGU

White

తెలుపు రంగు

TELLA RANGU

Gold

బంగారు రంగు

BANGARU RANGU

Silver

వెండి రంగు

VENDI RANGU

SHAPES | ఆకారాలు | AKARALU

Circle
వృత్తం
VRUTTAM

Triangle
త్రికోణం
TRIKONAM

Square
చతురస్రం
CHATURASRAM

Oval
గ్రుడ్డు ఆకారం
GRUDDU AAKAARAM

Rectangle
దీర్ఘ చతురస్రం
DEERGHA CHATURASRAM

Diamond
వజ్రం
VAJRAM

Heart
హృదయం
HRUDAYAM

FEELINGS | అనుభవాలు | ANUBHAVALU

Happy
సంతోషం
SANTOSHAM

Sad
బాధ
BADHA

Angry
కోపం
KOPAM

Excited
ఉత్సాహం
UTSAAHAM

Proud
గర్వం
GARVAM

Tired
ఆలసట
ALASATA

Bored
విసుగు
VISUGU

Worried
చింత
CHINTA

Scared
భయపడు
BHAYAPADU

ROUTINE | దినచర్య | DINACHARYA

Wake Up

మేల్కొనుట

MELKONUTA

Brush Teeth

బ్రష్ చెయ్యడం

BRUSH CHEYYADAM

Wash Face

ముఖం కడుక్కోవడం

MUKHAM KADUKKOVADAM

Bathe

స్నానం చెయ్యడం

SNANAM CHEYYADAM

Get Dressed

బట్టలు వేసుకోవటం

BATTALU VESUKOVATAM

Eat Breakfast

అల్పాహారం తినడం

ALPAHARAM TINADAM

ROUTINE | దినచర్య | DINACHARYA

Go To School
బడికి వెళ్ళటం
BADIKI VELLATAM

Go To Sleep
పడుకోవటం
PADUKOVATAM

Study
చదవటం
CHADAVATAM

Eat Dinner
రాత్రి భోజనం తినటం
RATRI BOJANAM TINATAM

FOOD | ఆహారం | AHAARAM

Bread
రొట్టె
ROTTE

Milk
పాలు
PAALU

Egg
గుడ్డు
GUDDU

Cheese
చీజ్
CHEESE

Rice
బియ్యం
BYYAM

Water
నీళ్లు
NEELLU

Juice
రసం
RASAM

Cereal
ధాన్యం
DHANYAM

FOOD | ఆహారం | AHAARAM

Cake
కేక్
KEK

Cookie
బిస్కెట్
BISCUIT

Candy
మిఠాయి
MITTAI

Meat
మాంసం
MAMSAM

Fish
చేప
CHEPA

Jelly
జెల్లీ
JELLY

Soup
సూప్
SOUP

Pasta
పాస్తా
PASTA

FOOD | ఆహారం | AHAARAM

Ice Cream
ఐస్ క్రీం
ICE CREAM

Salt
ఉప్పు
UPPU

Sugar
చెక్కెర
CHAKKERA

Salad
సలాడ్
SALAD

Chocolate
చాక్లెట్
CHOCOLATE

Coffee
కాఫీ
KAPI

Tea
టీ
TEA

VEGETABLES | కూరగాయలు | KURAGAYALU

Tomato

టమాటా

TAMATA

Potato

బంగాళదుంప

BANGALADUMPA

Peas

బఠాణి

BATANI

Corn

మొక్క జొన్న

MOKKA JONNA

Carrot

కారెట్

KARET

Onion

ఉల్లిపాయలు

ULLIPAYALU

FRUIT | పండ్లు | PANDLU

Apple
ఆపిల్
APPLE

Banana
అరటి
ARAM

Grape
ద్రాక్ష
DRAXA

Lemon
నిమ్మకాయ
NIMMAKAAYA

Orange
నారింజ
NARANJA

Pineapple
అనాస
ANASA

Strawberry
స్ట్రాబెర్రీ
STRAWBERRY

Watermelon
పుచ్చకాయ
PUCHHAKAAYA

FACE | ముఖం | MUGA

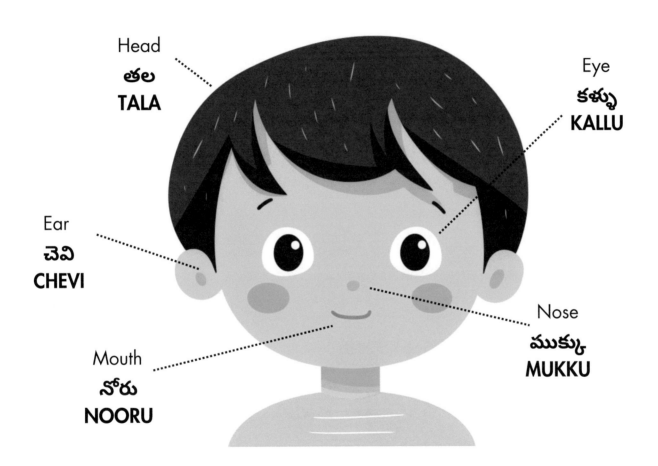

Head
తల
TALA

Eye
కళ్ళు
KALLU

Ear
చెవి
CHEVI

Nose
ముక్కు
MUKKU

Mouth
నోరు
NOORU

DESCRIPTIONS | వర్ణన | VARNAANNA

Cold
చల్ల **CHALLA**

Hot
వేడి **VEDI**

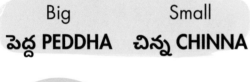

Big
పెద్ద **PEDDHA**

Small
చిన్న **CHINNA**

Wet
తడి **THADI**

Dry
ఎండి **ENDI**

Long
పొడవు
POOGOTTU

Short
కుర్చిన
KURCHINA

DESCRIPTIONS | వర్ణన | VARNAANNA

Empty
ఖాళీ
KHALI

Full
పూర్తి
POORTI

Fast
వేగంగా **VEGANGA**

Light
తేలికగా
TELIKAGA

Heavy
భారంగా
BHARAMGA

Old
పాత
PAATA

New
కొత్త
KOTHA

Soft
మెత్తగా
METTAGA

Hard
గట్టిగా
GAATIGA

Slow
మెల్లగా **MELLAGA**

NUMBERS | సంఖ్యలు | SANKHYALU

1 **2** **3** **4** **5**

One	Two	Three	Four	Five
ఒకటి	రెండు	మూడు	నాలుగు	ఐదు
OKATI	**RENDU**	**MOODU**	**NALUGU**	**AIDU**

6 **7** **8** **9** **10**

Six	Seven	Eight	Nine	Ten
ఆరు	ఏడు	ఎనిమిది	తొమ్మిది	పది
AARU	**EDU**	**ENIMIDI**	**TOMMIDI**	**PADHI**

NUMBERS | సంఖ్యలు | SANKHYALU

20	30	40
Twenty	Thirty	Forty
ఇరవై	**ముప్పై**	**నలభై**
IRAVAI	**MUPPAI**	**NALABHAI**
50	60	70
Fifty	Sixty	Seventy
యాభై	**అరవై**	**డెబ్బై**
YAABHAI	**ARAVAI**	**DEBBHAI**
80	90	100
Eighty	Ninety	One Hundred
ఎనబై	**తొంబై**	**వంద**
ENABHAI	**TOMBHAI**	**VANDA**

TOYS | బొమ్మలు | BOMMALU

Toy
బొమ్మ
BOMMA

Ball
బంతి
BANTI

Doll
బొమ్మ
BOMMA

Teddy
టెడ్డీ
TEDDY

Book
పుస్తకం
PUSTAKAM

Crayon
క్రేయాన్
CRAYON

TOYS | బొమ్మలు | BOMMALU

Drum
డప్పు
DAPPU

Guitar
గిటార్
GUITAR

Slide
స్లైడ్
SLIDE

Sand
మట్టి
MATTI

Bucket
బకెట్
BAKET

Shovel
పార
PAARA

ACTIONS | చర్యలు | CHARYALU

Eat

తినటం

TINNATAM

Drink

తాగటం

TAGATAM

Play

ఆడటం

AADATAM

Run

పరుగెత్తటం

PARUGETTATAM

Walk

నడవటం

NADAVATAM

Sit

కూర్చోవటం

KUCHOVATAM

Stand

నిలబడటం

NILABADATAM

Jump

దూకటం

DUKATAM

ACTIONS | చర్యలు | CHARYALU

Dance

నృత్యం చేయటం

NRUTYAM CHEYATAM

Sing

పాడటం

PAADATAAM

Laugh

నవ్వటం

NAVVATAM

Cry

ఏడవటం

EDAVATAM

Write

రాయటం

RAYATAM

Read

చదవటం

CHADAVATAM

Watch

చూడటం

CHUDATAM

Listen

వినటం

VINATAM

ACTIONS | చర్యలు | CHARYALU

Open

తెరవటం

TERAVATAM

Close

మూయటం

MOOYATAM

Climb

ఎక్కటం

EKKATAM

Swing

ఊగటం

OOGATAM

Catch

పట్టుకోవటం

PATTUKOVATAM

Throw

విసరటం

VISARATAM

Wash

కడుక్కోవటం

KADUKKOVATAM

ACTIONS | చర్యలు | CHARYALU

Think

ఆలోచించు

ALOCHINCHU

Kiss

ముద్దు

MUDDU

Draw

గీయటం

GEEYATAM

Hug

హగ్

HUG

ANIMALS | జంతువులు | JANTUVULU

Dog
కుక్క
KUKKA

Cat
పిల్లి
PILLI

Fish
చేప
CHEPA

Bird
పక్షి
PAKSHI

Horse
గుర్రం
GURRAM

Cow
ఆవు
AAVU

Chicken
కోడి
KODI

Duck
నత్త
NATTA

ANIMALS | జంతువులు | JANTUVULU

Sheep
గొర్రె
GORRA

Pig
పంది
PANDI

Rabbit
కుందేలు
KUNDELU

Bear
ఎద్దు
EDDU

Elephant
ఏనుగు
ENUGU

Lion
సింహం
SIMHAM

Tiger
పులి
PULI

Monkey
కోతి
KOTHI

ANIMALS | జంతువులు | JANTUVULU

Giraffe

జిరాఫీ

GIRAFFE

Bee

తేనెటీగ

TEENETI

Mouse

ఎలుక

ELUKA

Frog

కప్ప

KAPPA

Snake

పాము

PAAMU

Turtle

తాబేలు

TABELU

Penguin

పెంగ్విన్

PENGUIN

Zebra

జీబ్రా

ZEBRA

ANIMALS | జంతువులు | JANTUVULU

Whale
తిమింగలం
THIMINGALAM

Dolphin
డాల్ఫిన్
DOLPHIN

Butterfly
సీతాకోకచిలుక
SITAKOKA CHILUKA

Spider
సాలీడు
SAALEEDU

Owl
గుడ్లగూబ
GUDLAGOOBA

BODY | దేహం | DEHAM

Hair
జుట్టు
JUTTUMU

Arm
భుజం
BHUJAM

Tummy
పొట్ట
POTTA

Hand
చెయ్యి
CHEYYI

Leg
కాలు
KAALU

Foot
పాదం
PADAM

DIRECTIONS | దిశలు | DISALU

Up
పైకి PAIKI

Far
దూరంగా
DURAMGA

Right
కుడి KUDI

Near
దగ్గర
DAGGARA

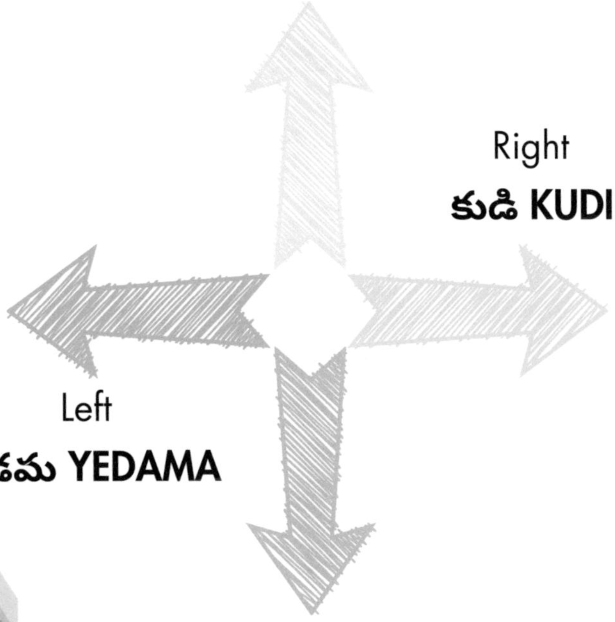

Left
ఎడమ YEDAMA

Down
కిందికి KINDIKI

Inside
లోపల
LOPALA

Outside
బయట
BAYATA

HOME | ఇల్లు | ILLU

House

ఇల్లు

ILLU

Door

తలుపు

TERUPU

Window

కిటికీ

KITIKI

Bed

మంచం

MANCHAM

Chair

కుర్చీ

KURCHI

Room

గది

GADI

Bathroom

స్నానాల గది

SNANALA GADI

Television

టీవీ

TEEVEE

HOME | ఇల్లు | ILLU

Sofa
సోఫా
SOFA

Clock
గడియారం
GADIYAARAM

Pillow
దిండు
DINDU

Blanket
దుప్పటి
DUPPATI

Bookshelf
పుస్తక ఆలమర
PUSTAKA AALAMARA

Mirror
అద్దం
ARAKKADI

Bath
స్నానం
SNANAM

Sink
సింక్
SINK

HOME | ఇల్లు | ILLU

Desk

బల్ల
BALLA

Lamp

దీపం
DEEPAM

Drawer

సొరుకు
SORUKU

SEASONS | ఋతువులు | RUTUVULU

Spring

వసంతం VASANTHAM

Summer

గ్రీష్మం GREESHMA

Fall

శరదృతువు SHARADHRUTUVU

Winter

శిశిరం SHISHIRA

KITCHEN | వంటగది | VANTAGADI

Table
బల్ల BALLA

Kitchen
వంటగది VANTAGADI

Fridge
ఫ్రిడ్జ్ FRIDGE

Oven
ఓవెన్
OVEN

Pot
వంటపాత్ర
VANTAPATHRA

KITCHEN | వంటగది | VANTAGADI

Fork

ఫోర్క్ FORK

Spoon

గుంట GADDA

Knife

కత్తి KODAVALI

Bowl

**గిన్నె
GANDA**

Cup

**కప్పు
CUP**

CLOTHES | బట్టలు | BATTALU

Shirt

చొక్కా

CHOKKA

Pants

ప్యాంటు

PANT

Dress

గౌను

GAUNU

Hat

టోపీ

TOPI

Socks

మోజాలు

MOJALU

Shoes

షూస్

SHOES

Coat

కోటు

KOOTU

Gloves

గ్లోవ్స్

GLOVES

CLOTHES | బట్టలు | BATTALU

Scarf

రుమాలు

RUMALU

Pajamas

పైజామా

PAIJAMA

Skirt

లంగ

LANGA

Boots

బూటు

BOOTU

Slippers

చెప్పులు

CHEPPULU

T-Shirt

టీ-షర్టు

T-SHIRT

Shorts

షార్ట్స్

SHORTS

Sweater

స్వెటర్

SWEATER

NATURE | ప్రకృతి | PRAKRUTI

Star

తార

TARA

Sky

ఆకాశం

AAKASHAM

Rain

వాన

VANA

Snow

మంచు

MANCHU

Tree

చెట్టు

CHETTU

Flower

పువ్వు

PUVVU

Leaf

ఆకు

AAKU

Grass

గడ్డి

GADDI

NATURE | ప్రకృతి | PRAKRUTI

Cloud
మేఘం
MEGHAM

Lake
చెరువు
CHERUVU

Stone
రాయి
RAAYI

River
నది
NADI

Ocean
సముద్రం
SAMUDRAM

Beach
తీరము
TEERAMU

Wind
గాలి
GAALI

Plant
మొక్క
MOKKA

Mountain
పర్వతం PARVATAM

PLACES | స్థలాలు | STHALALU

Farm
పొలం
POLAM

Garden
తోట
THOTA

Playground
ఆట స్థలము
AATA STHALAMU

Airport
విమానాశ్రయం
VIMAANASRAYAM

School
బడి
BADI

PLACES | స్థలాలు | STHALALU

Park

ప్రాంగణం PRAANGANAM

Road

మార్గం MARGAM

Bridge

వంతెన VANTENA

Store

కొట్టు KOTTU

VEHICLES | వాహనాలు | VAHANALU

Bus
బస్సు
BASSU

Car
కారు
CAR

Truck
ట్రక్
TRUCK

Boat
పడవ
PADAVA

Plane
విమానము
VIMAANAM

Train
రైలు
RAILU

VEHICLES | వాహనాలు | VAHANALU

Bicycle
సైకిల్
CYCLE

Ship
ఓడ
ODA

Taxi
టాక్సీ
TAXI

Motorcycle
బైక్
BIKE

Helicopter
హెలికాప్టర్
HELICOPTER

Balloon
బూర
BOORA

PROFESSIONS | ఉద్యోగాలు | UDYOGALU

Chef
వంటవాడు
VANTAVAADU

Police
పోలీస్ అధికారి
POLICE ADHIKAARI

Firefigher
అగ్నిమాపకుడు
AGNIMAPAKUDU

Farmer
రైతు
RYTHU

Artist
కళాకారుడు
KALAAKAARUDU

Dentist
దంతవైద్యుడు
DANTAVAIDYUDU

PROFESSIONS | ఉద్యోగాలు | UDYOGALU

Doctor

వైద్యుడు VAIDYUDU

Teacher

ఉపాధ్యాయుడు UPADHYAYUDU

Engineer

ఇంజనీర్ ENGINEER

Lawyer

న్యాయవాది NYAYAVAADHI

Nurse

నర్సు NURSE

TIME | సమయం | SAMAYAM

Day
రోజు
ROJU

Night
రాత్రి
RATHRI

Morning
ఉదయం
UDAYAM

Afternoon
మధ్యాహ్నం
MADHYANHAM

Evening
సాయంత్రం
SAAYANTRAM

Made in the USA
Columbia, SC
04 November 2024

45604621R00029